ஒரு ராகம்

கதை நடாஷா ஷர்மா

சித்திரங்கள் ப்ரியா குரியன்

மொழிபெயர்ப்பு ஜீவா ரகுநாத்

ரூரூ ஒரு குட்டிச் சேவல், அவன் தலை நிறைய ராகங்கள். ஒவ்வொரு முறை அவன் தன் அலகைத் திறக்கும் போதும், அவன் பாடுவது. . .

"தீக்கீ ரூக்ரூக்கூ...தீக்கீ ரூக்ரூக்கரூ."

"குக்குக்கு...குகுகு."

"கூக்தீகூ...தீக்கூகீ."

அவனுக்கு சேவலுக்கு உரிய கொக்கரக்கோவைத்
தவிர மற்றது எல்லாம் வந்தது. அவன் எவ்வளவு
முயற்சி செய்தும் கூவல் சரியாக வரவில்லை.

நாளை சேவல்கள் தினம். ரூரூவுக்கு ஒரே பரபரப்பு, அவனால் தன் கொண்டையை நேராக வைக்க முடியவில்லை, அவன் இறகுகள் நடுங்கின.

"உம்! நான் நல்லாக் கூவணும். என்னோட மத்த நண்பர்கள் எப்படி கூவுறாங்க?"என்று எண்ணியவாறு ரூரூ கிளம்பினான்.

“நீ எப்படி ம்மான்னு கத்துறே?” என்று ரூரூ கேட்டான்.

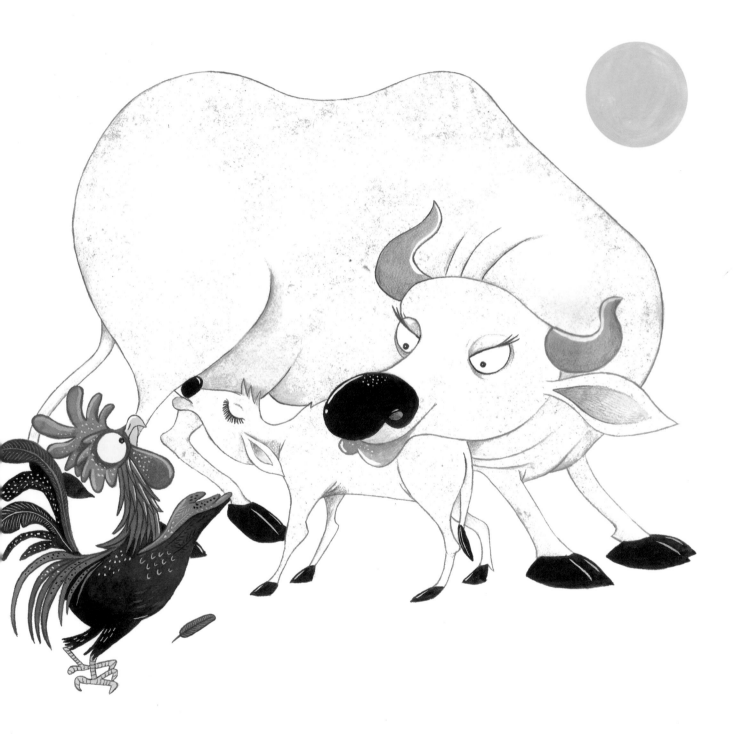

"நான் என் கன்னுக்குட்டிக்கு சொல்லித் தருவேன்:

இப்படி அப்படி தலையை அசைத்து
அப்படி இப்படி வாயைத் திறந்து
ம்மா என்று சத்தமாகக் கத்து!"

ரூரு தன் தலையை இப்படி அப்படி அசைத்தான்,
வாயை அப்படி இப்படித் திறந்தான் . . .

கொக்க மா... கொக்க மா!

"ஐய்யோ! நீ பேசாம கழுதையிடம் எப்படி கத்தனுமுன்னு
கேளு" என்றது பசு.

"நான் என் குட்டிக்கு சொல்லித் தருவேன்:

வேகமாய் மூன்று முறை பூமியை மிதி,
தோம்மு! தொப்பு! தோம்முன்னு குதி!
சத்தமா ஹூம் ஹான் ஹூம் ஹான்னு பாட்டைப் படி.

ரூரூ வைக்கோலை அகற்றி, தோம்மு! தொப்பு! தோம்மு! என்று மிதித்து, வாயைத் திறந்தான் . . .

கொக்க ஹூம்...ஹான்!

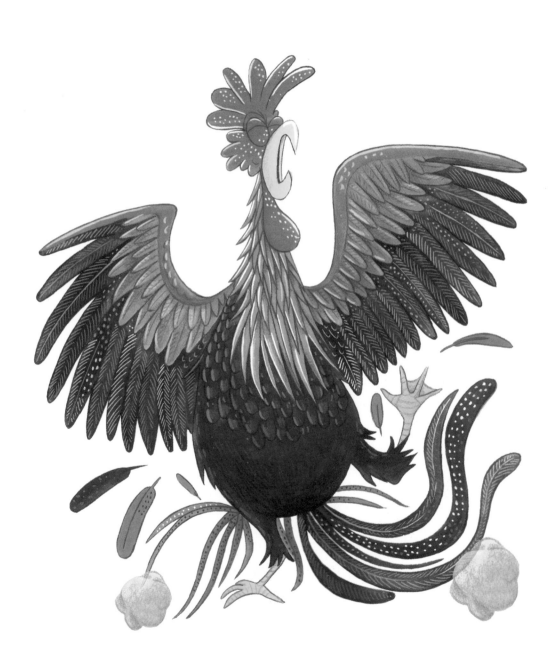

"ஆ ஆ ஆ!" வெயிலில் இளைப்பாறிய பூனை அலறியது.

"ரூரூ! என்னைக் கொல்லாதே!
முன்னே கொஞ்சம் இழுத்துக்கோ,
பின்னே கொஞ்சம் இழுத்துக்கோ,
சுருதி சுத்தமாக மியாவ்ன்னு கத்திக்கோ! என்றது பூனை!"

ரூரூ தன் கழுத்தை முன்னே இழுத்து,
கஷ்டப்பட்டு தன்வாலைப் பின்னே இழுத்து,
தன் வாயைத் திறந்தான் . . .
கொக்க மியாவ்!

"ஈஈஈ, ஈஈஈ, ஈஈஈ," கிறீச்சிட்டன பட்டியில் தூக்கம் கலைந்த
பன்றிக் குட்டிகள்.

"ஷ்ஷ்ஷ்ஷ்! சத்தம் போடாதே!" உறுமியது பன்றி.

"என் குட்டிங்க செய்வது போல நீயும் செய்.
அவங்க வலதுபுறம் உருளுவாங்க — சளக்
இடதுபுறம் உருளுவாங்க — தளக்
சளக், தளக், உருண்டு, பிரண்டு
வாயைத் திறந்து உறுமுவாங்க . . .
குருக்...குருக் குர்ர்ர்ர்ர்ன்னு."

ரூரூ குட்டையின் பக்கம் ஓடினான் அவன் தன் கண்களை மூடி,
சேற்றில் இறங்கினான், அதில் படுத்து,
சளக்குன்னு வலதுபுறம் உருண்டு,
தளக்குன்னு இடதுபுறம் உருண்டு,! பின் வாயைத் திறந்தான் . . .

கொக்க குருக் குர்ர்ர்ர்ர்!

“ஹூம்! என்னால் சேவல் கூவலை கூவ முடியுமா?” கூவினான் ரூரூ.

“இந்த பறவைத் தோழன் சொல்லுவதைக் கேளு, ரூரூ,” என்றது குளத்தில் இருந்த வாத்து.

"படபடன்னு இறக்கையை அடிக்கணும்,
கடகடன்னு வாலை ஆட்டணும்,
கலகலன்னு அலகை விரிக்கணும்,
குவாக் குவாக்ன்னு பாடணும்!!" என்று முடித்தது வாத்து.

"ஆம், இது சரியாக வரும்," என்று எண்ணியது ரூரூ.

படபடன்னு இறக்கையை அடித்து,
கடகடன்னு வாலை ஆட்டி,
கலகலன்னு அலகை விரித்து . . .

கொக்க குவாக்!

விசித்திர ஒலி எழுப்பிய சேற்றுடன் இருந்த ஜந்துவைக் கண்டு பயத்தில் “பே...பே...” என்று கதறியது ஆடு.

“ஏய், எப்படி... நீ... எப்படி... கத்தினே?” என்று பயந்த நடுங்கிய ஆட்டுக்குட்டியிடம் கடைசி முயற்சியாக கேட்டான் ரூரூ.

" ஹூம், நீயா ரூரு இது?
டக்கு டக்குன்னு வாயைச் சொடுக்குவேன்.
தக்கு தக்குன்னு ஒரு மிதி மிதிப்பேன்.
வாயைத் திறந்து பே பேன்னு கத்துவேன்!"

ரூரூ தன் வாலை டக்கு டக்குன்னு சொடுக்கி, காலாலே ஒரு குதி ஒரு மிதி மிதித்து, வாயைத் திறந்தான் . . .

கொக்க பே பே!

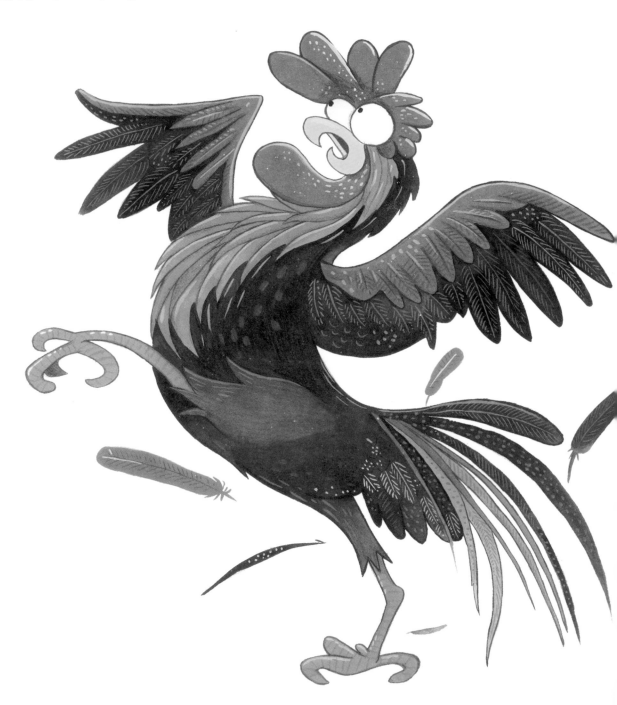

ரூருவின் தலை குனிந்தது.
வானம் சிவந்துவிட்டது, தூங்கும் நேரம் வந்துவிட்டது.

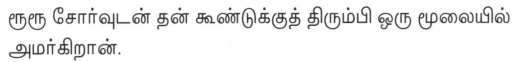

ரூரூ சோர்வுடன் தன் கூண்டுக்குத் திரும்பி ஒரு மூலையில் அமர்கிறான்.

தாய்க் கோழிகள் கொக்கரக்கோ என்று முட்டைகளையும் சேகரித்து, அடுத்த நாளைக்குத் தேவையான தானியங்களை மலை போல் சேகரிக்கும் முயற்சியில் இருந்தன. தகப்பன் சேவல்கள் அவ்வப்போது கிறீச்சிட்டுக்கொண்டு, செருக்குடன் இளம் சேவல்களின் சிறகுகள் மற்றும் கொண்டைகளை சரி பார்த்துக் கொண்டிருந்தன. இளம் சேவல்கள் தங்களது மார்பை புடைத்துக்கொண்டு தங்களது கூவலை பயிற்சி செய்துகொண்டிருந்தன.

ரூரூ தனிமையில் மௌனமாக இருக்கிறான், அவனை அவன் தோழன் காணும் வரை.

"ரூரூ, நாங்க உன்னத்தான் தேடிட்டு இருந்தோம். நாளைக்குத் தேவையான சேவல் பாட்டை நீதான் முடிவு செய்யணும்."

ரூரூ ஆச்சரியத்தில் சுற்றும் முற்றும் பார்த்தான். "நானா? என்னால் கூவக்கூட முடியாது. நான் எப்படி பாட்டுக்கு மெட்டு போட முடியும்?"

"ஐயோ! நாங்க எல்லாரும் கொக்கரக்கோன்னுதான் பாடுவோம், ஆனா நீ பாடும் ராகங்களை, எங்க யாராலும் பாட முடியாது" என்றார்கள் மற்ற சேவல்கள். "நீ ஒவ்வொரு முறை பாடும் போதும் ஒவ்வொரு மாதிரி இருக்கு!" என்றார்கள்.

ரூரூ அன்று இரவுதான் நிம்மதியாகத் தூங்குகிறான். அவன் சுறுசுறுப்பாக அதிகாலை எழுந்து, வேலிக்குப் பறக்கிறான். தன் சின்னத் தலைக்குள் மீண்டும் பலப்பல ராகங்கள் இசைக்கிறான். இந்த முறை அவன் மனதைக் கவர்ந்த அதிசய ரூரூ ராகத்திற்கு பாடி ஆடத் தன் அலகைத் திறக்கிறான்.

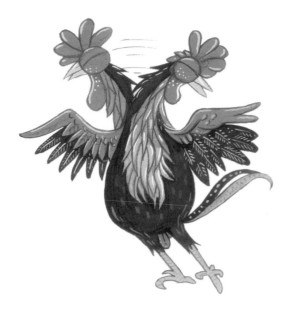

தலையை அசைத்து

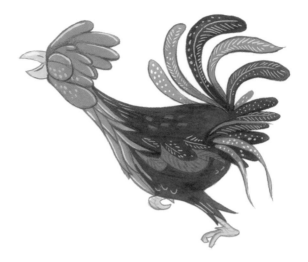

ம்மாவென்று கத்து

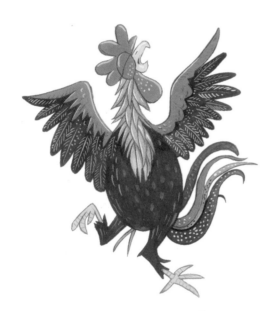

காலை உதைத்து

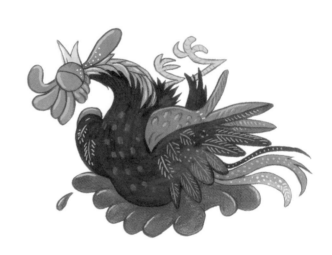

ஹூம் ஹான்னு பாடு

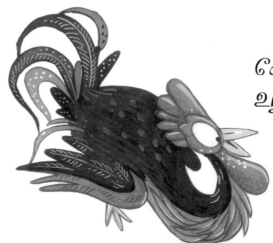

சேற்றில் புதைந்து,
உறுமு அலறு

குவாக்ன்னு கத்து

குதித்து மிதித்து
பே பேன்னு வாயாலே

உன் பாட்டை என்றும்
நிறுத்தாதே
நீ என்றும் மாறாதே!

கொக்க ம்மா...கொக்க ம்மா!

கொக்க ஹூம்-ஹான்...கொக்க ஹூம்-ஹான்!

கொக்க மியாவ்...கொக்க மியாவ் !

கொக்க குருக் குர்ர்ர்ர்...கொக்க குருக் குர்ர்ர்!!

கொக்க குவாக்...கொக்க குவாக்!

கொக்க பே பே...கொக்க பே பே

கொகொகொகாக்...

...கொக்கரக்கோ!

For Sidhant and Antara. May you always discover what makes
your heart sing. *Natasha Sharma*

For Jehaan, Zameer, Divyaman, Saahas, Azaad, Agastya, Ritvik,
Kabir, Vivaan, Pavan, Vyom, Noor and Kriti. *Priya Kuriyan*

Ruru Raagam (Tamil)

ISBN 978-93-5046-456-4
© *text* Tulika Publishers
© *illustrations* Priya Kuriyan
First published in India, 2013

Originally in English

Published by
Tulika Publishers, 24/1 Ganapathy Colony Third Street, Teynampet, Chennai 600 018, India
email tulikabooks@vsnl.com *website* www.tulikabooks.com

Printed and bound by
Sudarsan Graphics, 27 Neelakanta Mehta Street, T. Nagar, Chennai 600 017, India